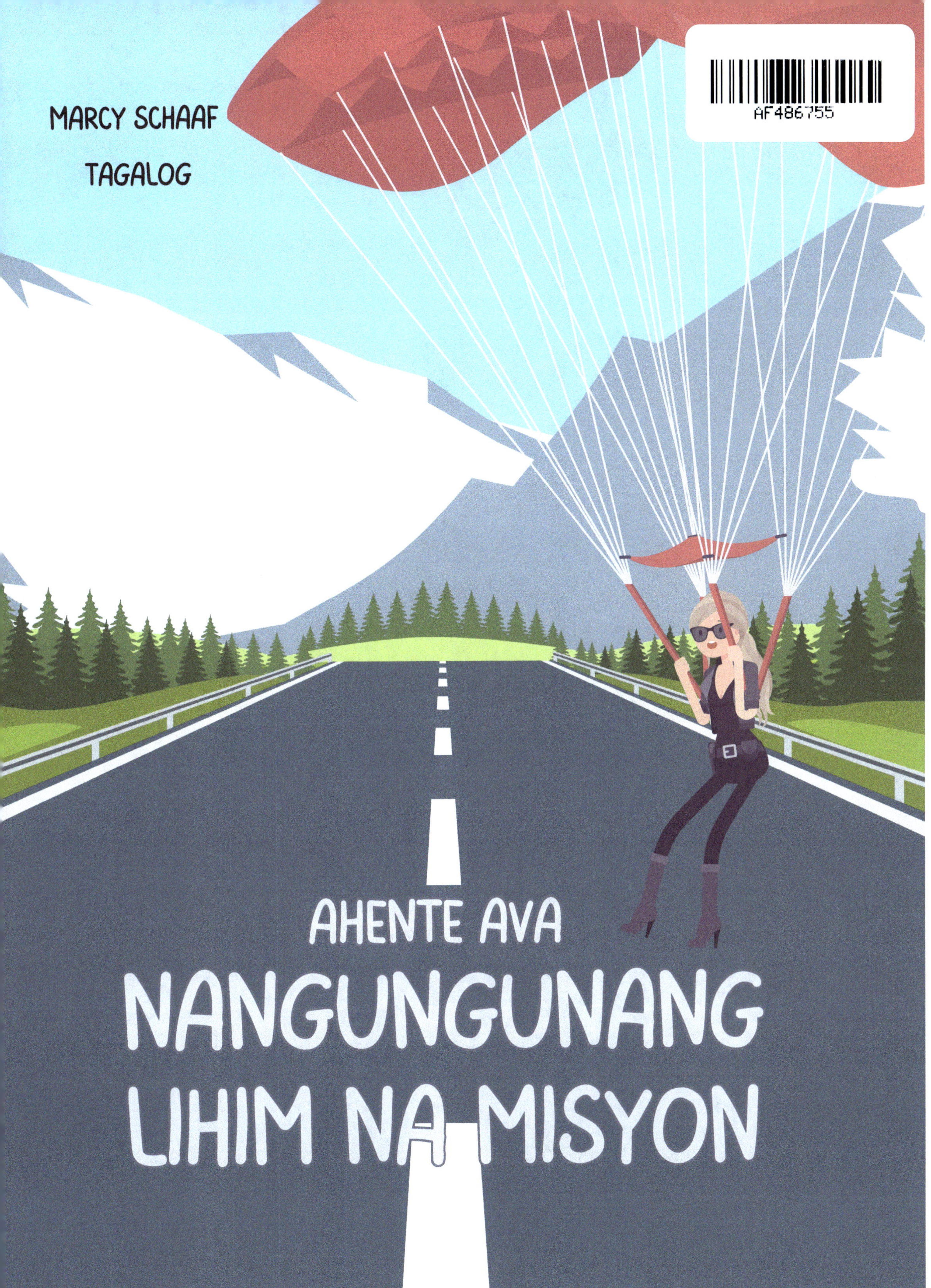
MARCY SCHAAF
TAGALOG
AF486755
AHENTE AVA
NANGUNGUNANG
LIHIM NA MISYON

MARCY SCHAAF
AGENT AVA
TOP SECRET MISSION

INTRODUCTION:
AGENT AVA, TOP SECRET MISSION

IN A BUSTLING CITY, WHERE SECRETS HIDE IN EVERY CORNER AND MYSTERIES ARE JUST WAITING TO BE UNCOVERED, LIVES AGENT AVA. BY DAY, SHE IS AN ORDINARY MOM, BUT BY NIGHT, SHE BECOMES A TOP-SECRET AGENT, TACKLING THRILLING MISSIONS AND SOLVING PERPLEXING PUZZLES. WITH HER TRUSTY WHITE SUV, HIGH-TECH GADGETS, AND HER QUICK THINKING, AVA IS ALWAYS READY FOR ACTION.

BUT TODAY IS DIFFERENT. TODAY, HER MISSION IS PERSONAL. IT'S HER DAUGHTER LILY'S BIRTHDAY, AND THE SPECIAL CUPCAKE AVA ORDERED HAS MYSTERIOUSLY DISAPPEARED. WITH THE CLOCK TICKING AND THE PARTY GUESTS ARRIVING, AGENT AVA MUST USE ALL HER SKILLS TO FIND THE MISSING CUPCAKE AND SAVE THE CELEBRATION.

JOIN AGENT AVA ON A HIGH-FLYING, FAST-DRIVING, AND LASER-CUTTING ADVENTURE IN **AGENT AVA, TOP SECRET MISSION**. IT'S A STORY OF BRAVERY, CLEVERNESS, AND THE LOVE BETWEEN A MOTHER AND HER DAUGHTER, WITH A SPRINKLE OF SECRET AGENT EXCITEMENT. GET READY TO DIVE INTO THE ACTION AND UNCOVER THE SURPRISES THAT LIE AHEAD!

PANIMULA:
AHENTE AVA, TOP SECRET MISSION

SA ISANG MATAONG LUNGSOD, KUNG SAAN NAGTATAGO ANG MGA LIHIM SA BAWAT SULOK AT NAGHIHINTAY LAMANG NA MATUKLASAN ANG MGA MISTERYO, NAKATIRA SI AGENT AVA. SA ARAW, SIYA AY ISANG ORDINARYONG INA, NGUNIT SA GABI, SIYA AY NAGIGING ISANG TOP-SECRET AGENT, NA HUMAHARAP SA MGA NAKAKAPANABIK NA MISYON AT NILULUTAS ANG MGA NAKALILITONG PUZZLE. SA KANYANG MAPAGKAKATIWALAANG PUTING SUV, MGA HIGH-TECH NA GADGET, AT ANG KANYANG MABILIS NA PAG-IISIP, LAGING HANDA SI AVA PARA SA PAGKILOS.

PERO IBA NGAYON. NGAYON, ANG KANYANG MISYON AY PERSONAL. KAARAWAN NG KANYANG ANAK NA SI LILY, AT ANG ESPESYAL NA CUPCAKE NA INORDER NI AVA AY MISTERYOSONG NAWALA. SA PAG-IKOT NG ORASAN AT PAGDATING NG MGA BISITA SA PARTY, DAPAT GAMITIN NI AGENT AVA ANG LAHAT NG KANYANG KAKAYAHAN PARA MAHANAP ANG NAWAWALANG CUPCAKE AT I-SAVE ANG SELEBRASYON.

SAMAHAN SI AGENT AVA SA ISANG HIGH-FLYING, FAST-DRIVING, AT LASER-CUTTING ADVENTURE SA **AGENT AVA, TOP SECRET MISSION**. ITO AY ISANG KWENTO NG KAGITINGAN, KATALINUHAN, AT PAGMAMAHAL SA PAGITAN NG ISANG INA AT KANYANG ANAK NA BABAE, NA MAY SABOG NG LIHIM NA PANANABIK NG AHENTE. HUMANDA SA PAGKILOS AT TUKLASIN ANG MGA SORPRESANG NAGHIHINTAY!

TOP SECRET
AGENT AVA GOT A SECRET MISSION:
FIND THE MISSING BIRTHDAY CUPCAKE!

TOP SECRET
SI AGENT AVA AY NAKAKUHA NG ISANG LIHIM NA MISYON:
HANAPIN ANG NAWAWALANG BIRTHDAY CUPCAKE!

IT WAS HER DAUGHTER LILY'S SPECIAL DAY. AVA HAD TO ACT FAST.

ESPESYAL NA ARAW IYON NG KANYANG ANAK NA S
LILY. KINAILANGAN NI AVA NA KUMILOS NG MABILIS

SHE HOPPED INTO HER SLEEK, WHITE SUV
AND ZOOMED OFF.

SUMAKAY SIYA SA KANYANG MAKINTAB
AT PUTING SUV AT NAG-ZOOM OFF.

FIRST STOP, THE BAKERY.
SHE NEEDED CLUES.
DAILY FRESH
BAKERY
EST. 2022
WELCOME

UNANG STOP, ANG PANADERYA.
KAILANGAN NIYA NG MGA PAHIWATIG.

AVA TYPED FURIOUSLY ON HER
COMPUTER, SEARCHING BAKERY FILES.

GALIT NA NAG-TYPE SI AVA SA KANYANG COMPUTER, NAGHAHANAP NG MGA FILE NG PANADERYA.

SUDDENLY, SHE HEARD A NOISE BEHIND THE DOOR.
OK

BIGLA SIYANG NAKARINIG NG INGAY SA LIKOD NG PINTO.
OK

AVA PRESSED HER EAR TO THE DOOR, LISTENING CAREFULLY.

IDINIKIT NI AVA ANG KANYANG TENGA SA PINTO, NAKIKINIG NANG MABUTI.

"IT'S HIDDEN IN THE MUSEUM VAULT!"
A VOICE WHISPERED.

"NAKATAGO ITO SA VAULT NG MUSEO!"
BULONG NG ISANG BOSES.

HER SIDEKICK MAX GRABBED A GRAPPLING HOOK AND SPECIAL ROPE.
FUN
ART

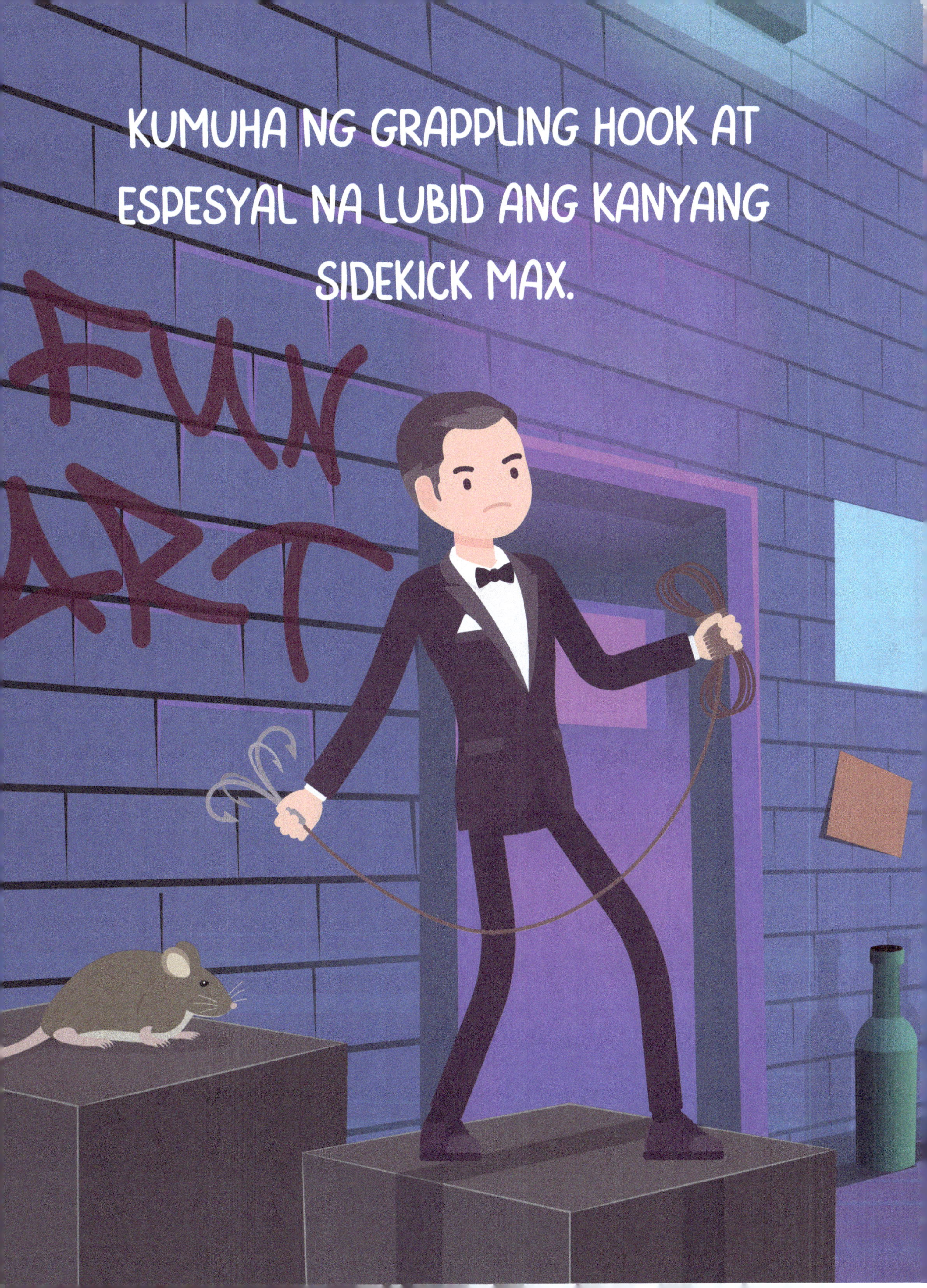
KUMUHA NG GRAPPLING HOOK AT
ESPESYAL NA LUBID ANG KANYANG
SIDEKICK MAX.

SHE CLIMBED UP THE MUSEUM WALL LIKE A SPIDER.

UMAKYAT SIYA SA PADER NG MUSEO NA
PARANG GAGAMBA.

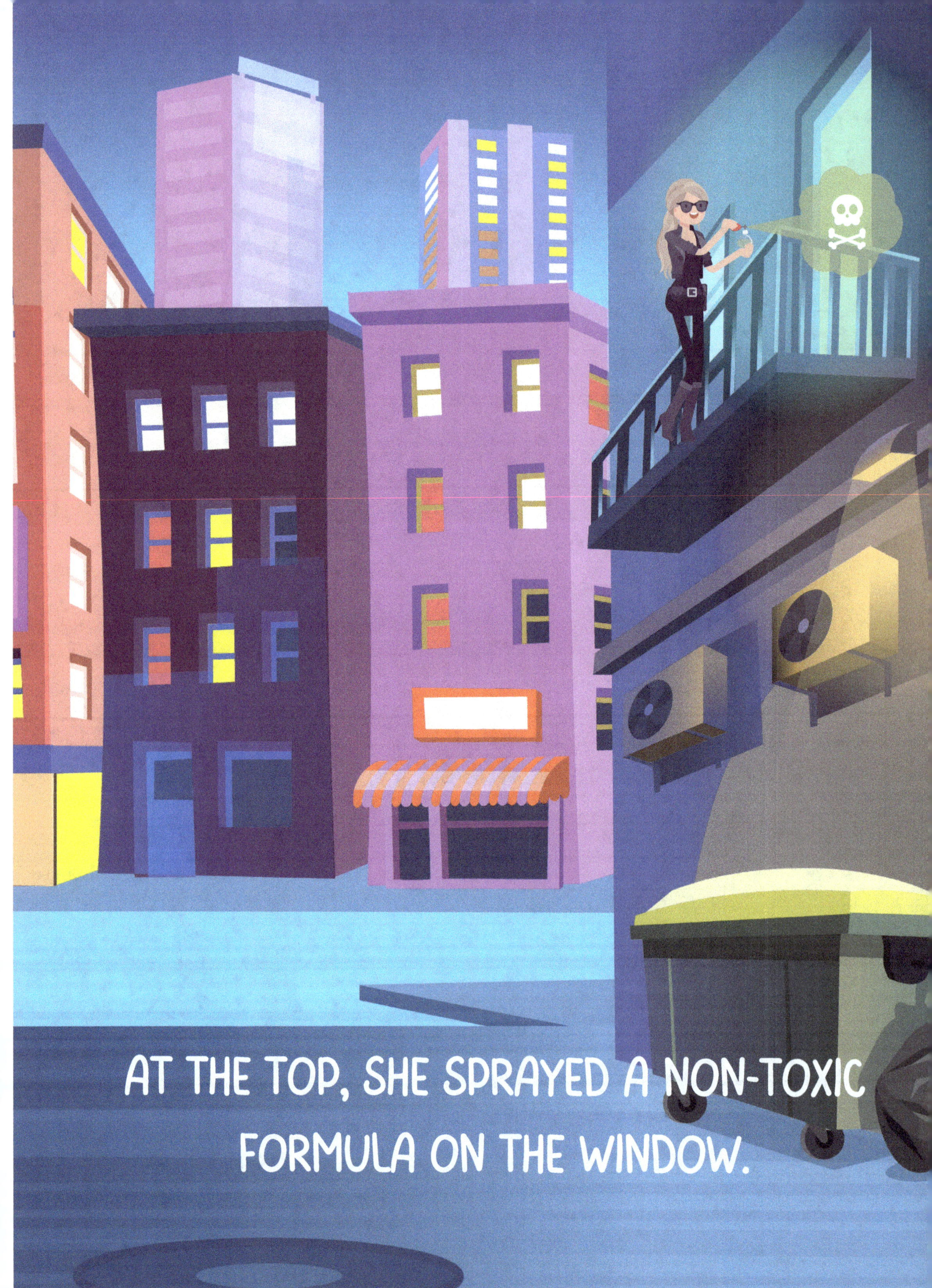

AT THE TOP, SHE SPRAYED A NON-TOXIC
FORMULA ON THE WINDOW.

SA ITAAS, NAG-SPRAY SIYA NG NON-TOXIC FORMULA SA BINTANA.

THE WINDOW MELTED SILENTLY,
ALLOWING HER TO SLIP INSIDE.

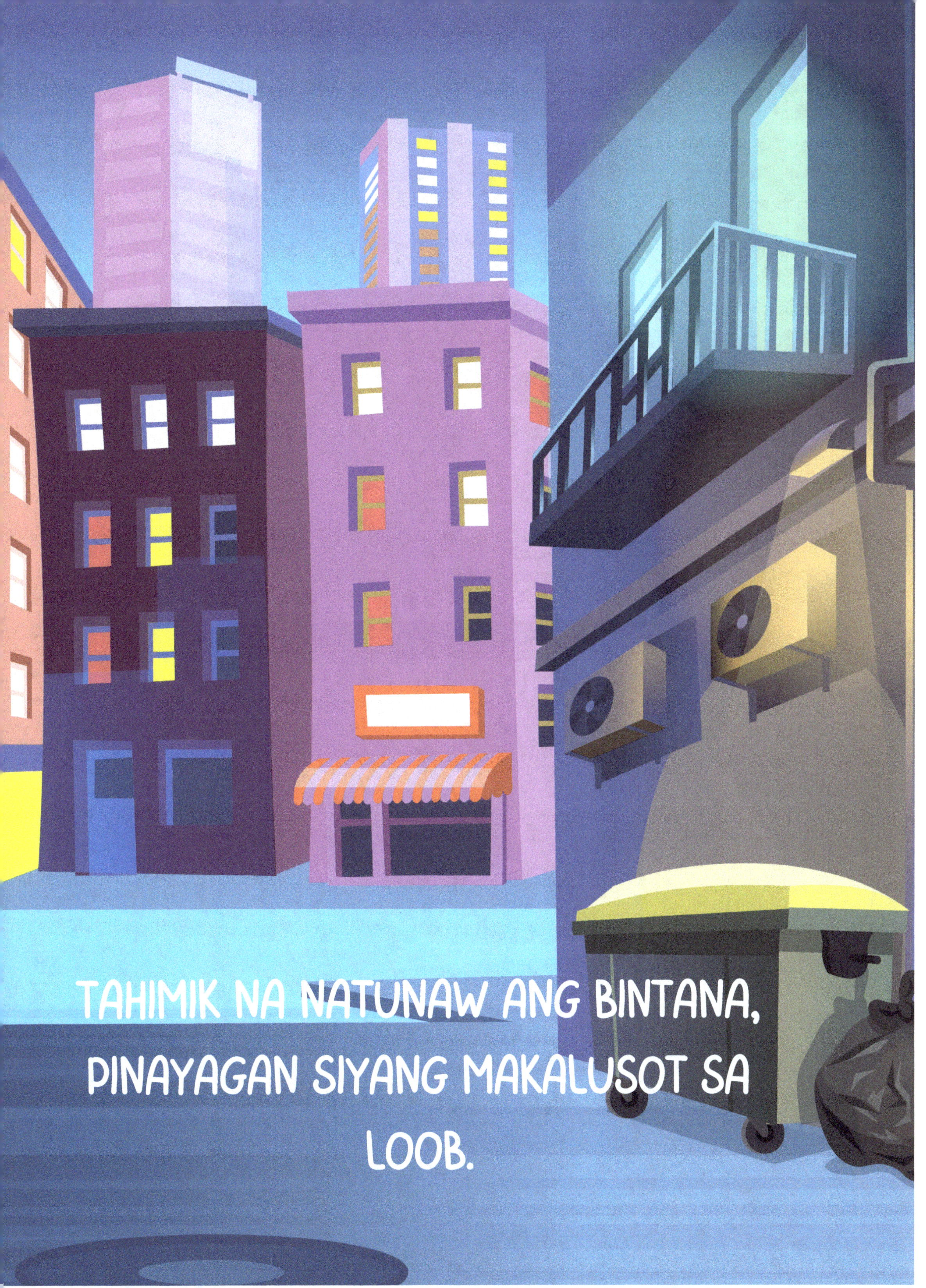

TAHIMIK NA NATUNAW ANG BINTANA, PINAYAGAN SIYANG MAKALUSOT SA LOOB.

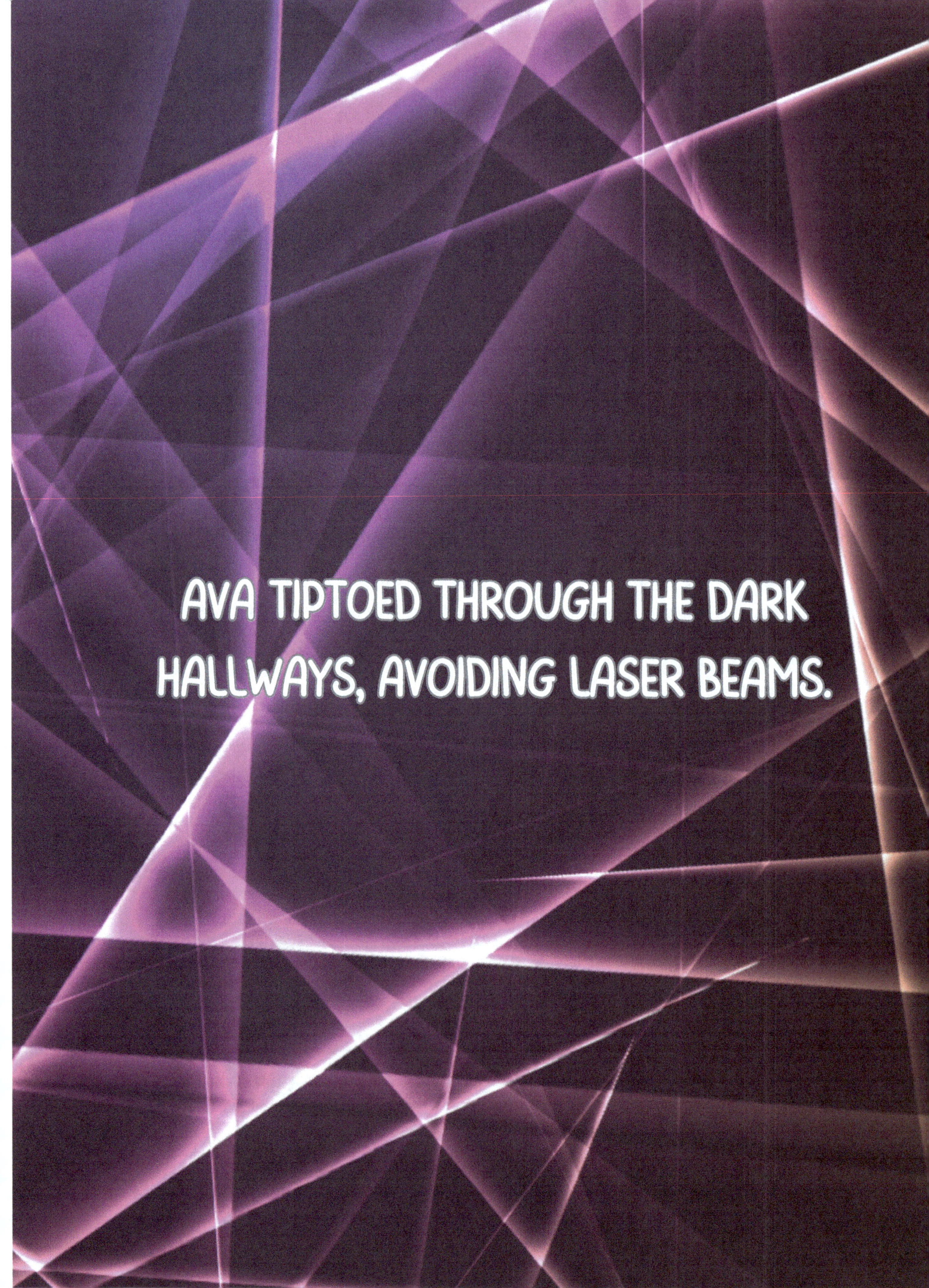

AVA TIPTOED THROUGH THE DARK
HALLWAYS, AVOIDING LASER BEAMS.

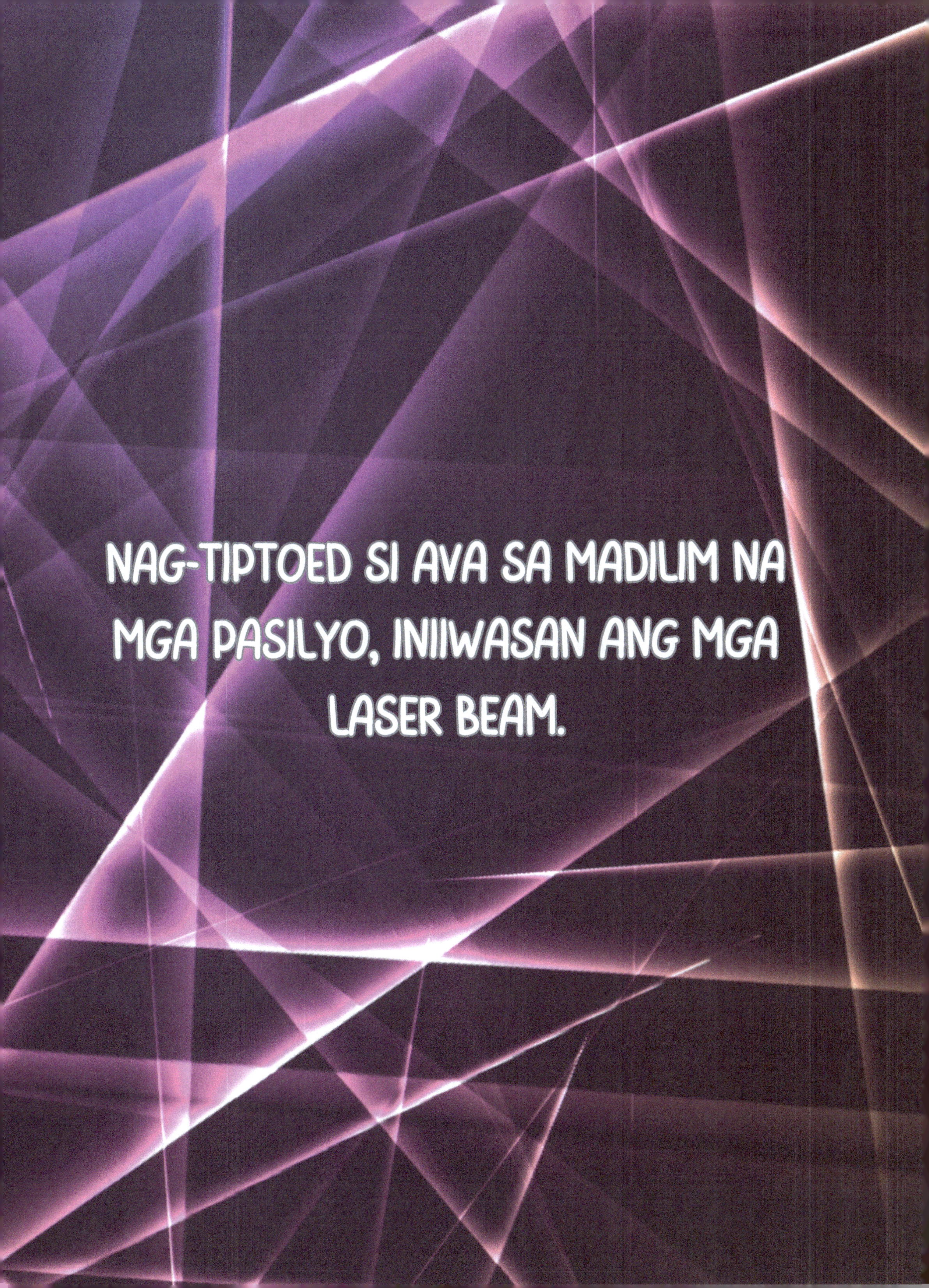

NAG-TIPTOED SI AVA SA MADILIM NA MGA PASILYO, INIIWASAN ANG MGA LASER BEAM.

SHE REACHED THE VAULT AND BEGAN CRACKING THE SAFE.

NARATING NIYA ANG VAULT AT SINIMULANG BASAGIN ANG SAFE.

CLICK! THE SAFE OPENED REVEALING THE MISSING CUPCAKE.

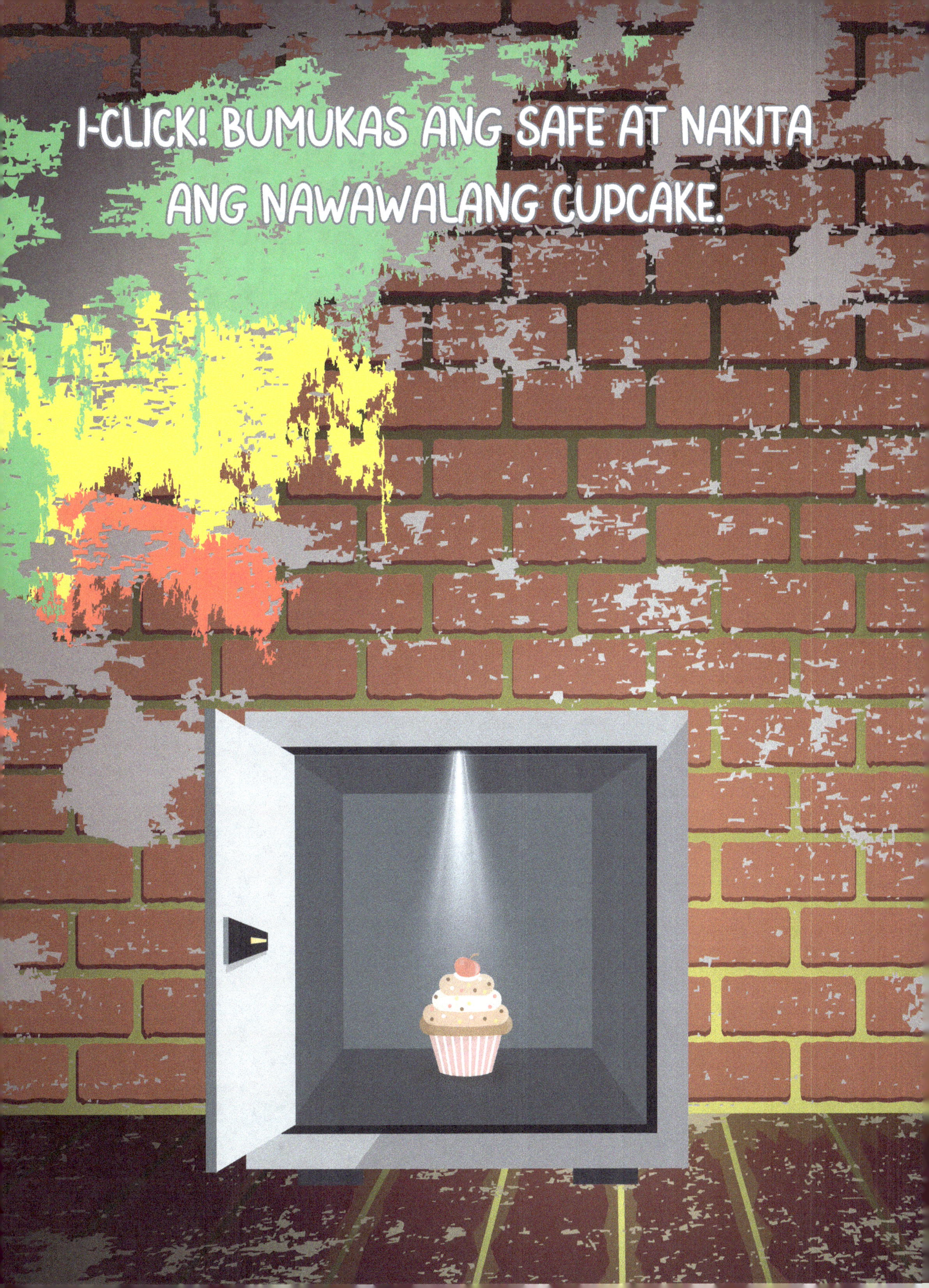

I-CLICK! BUMUKAS ANG SAFE AT NAKITA
ANG NAWAWALANG CUPCAKE.

SUDDENLY ALARMS BLARED. AVA
GRABBED THE CUPCAKE AND RAN.

BIGLANG TUMUNOG ANG MGA ALARMA.
KINUHA NI AVA ANG CUPCAKE AT TUMAKBO.

SECURITY GUARDS CHASED HER THROUGH THE CORRIDORS.

HINABOL SIYA NG MGA SECURITY GUARD
SA CORRIDORS.

AVA LEAPED OUT A WINDOW, PULLING
HER PARACHUTE CORD.

TUMALON SI AVA SA BINTANA, HINILA ANG KANYANG PARACHUTE CORD.

SHE FLOATED GENTLY TO THE GROUND,
CUPCAKE IN HAND.

MALUMANAY SIYANG LUMUTANG SA LUPA, MAY HAWAK NA CUPCAKE.

A SUV ROARED UP, DRIVEN BY HER SIDEKICK MAX.

DUMAGUNDONG ANG ISANG SUV, NA MINAMANEHO NG KANYANG SIDEKICK NA SI MAX.

AVA JUMPED IN SHOUTING,
"DRIVE MAX DRIVE!"

TUMALON SI AVA SA PAGSIGAW, "DRIVE MAX DRIVE!"

THEY ZOOMED DOWN THE HIGHWAY PURSUED BY THE GUARDS.
POLICE
PROTECT AND SERVE

BINABA NILA ANG HIGHWAY NA TINUTUGIS NG MGA GUWARDIYA.
POLICE
PROTECT AND SERVE

AVA LEANED OUT THE WINDOW,
SNAPPING PHOTOS FOR EVIDENCE.

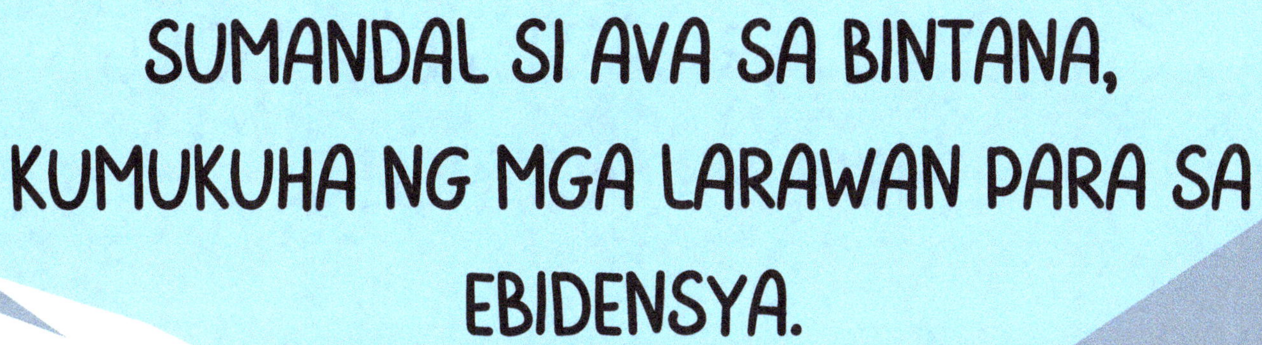

SUMANDAL SI AVA SA BINTANA, KUMUKUHA NG MGA LARAWAN PARA SA EBIDENSYA.

SHE AIMED HER LASER PEN, SLICING THROUGH OBSTACLES.

ITINUTOK NIYA ANG KANYANG LASER PEN, PAGHIWA SA MGA HADLANG.

MAX SWERVED, DODGING THE GUARDS' VEHICLES.
POLICE
PROTECT AND SERVE

PUMIHIT SI MAX, INIWASAN ANG MGA SASAKYAN NG MGA GUWARDIYA.

THEY FINALLY LOST THE GUARDS IN A
NARROW ALLEY.

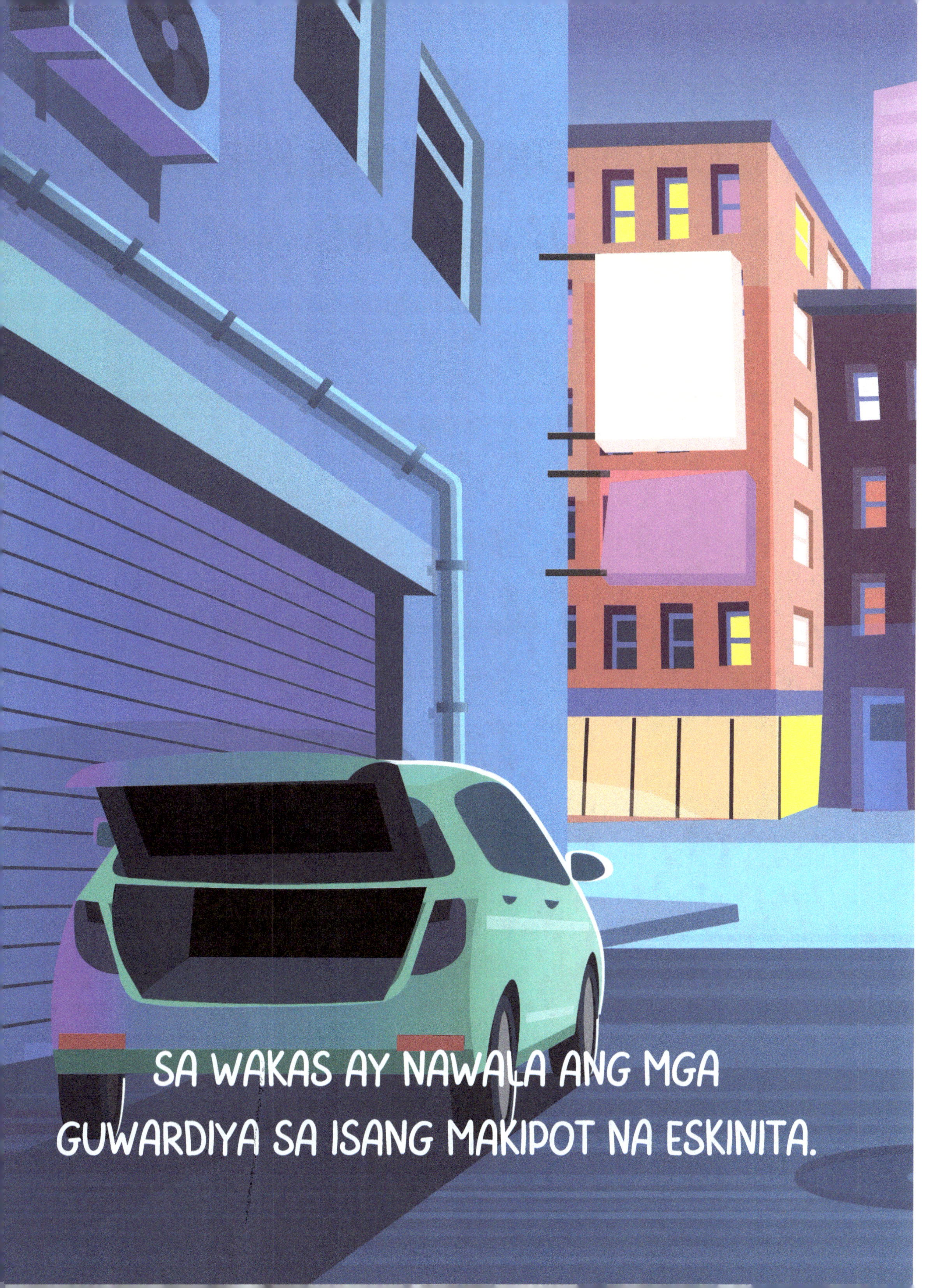

SA WAKAS AY NAWALA ANG MGA
GUWARDIYA SA ISANG MAKIPOT NA ESKINITA.

AVA CHECKED THE CUPCAKE FOR TRAPS.
IT WAS SAFE.

TININGNAN NI AVA ANG CUPCAKE PARA
SA MGA BITAG.
ITO AY LIGTAS.

THEY SPED TO LILY'S PARTY,
MISSION ALMOST COMPLETE.

MABILIS SILANG PUMUNTA SA PARTY NI LILY, MISSION ALMOST COMPLETE.

AVA ARRIVED JUST IN TIME,
HOLDING THE PRECIOUS CUPCAKE.
HAPPY BIRTHDAY

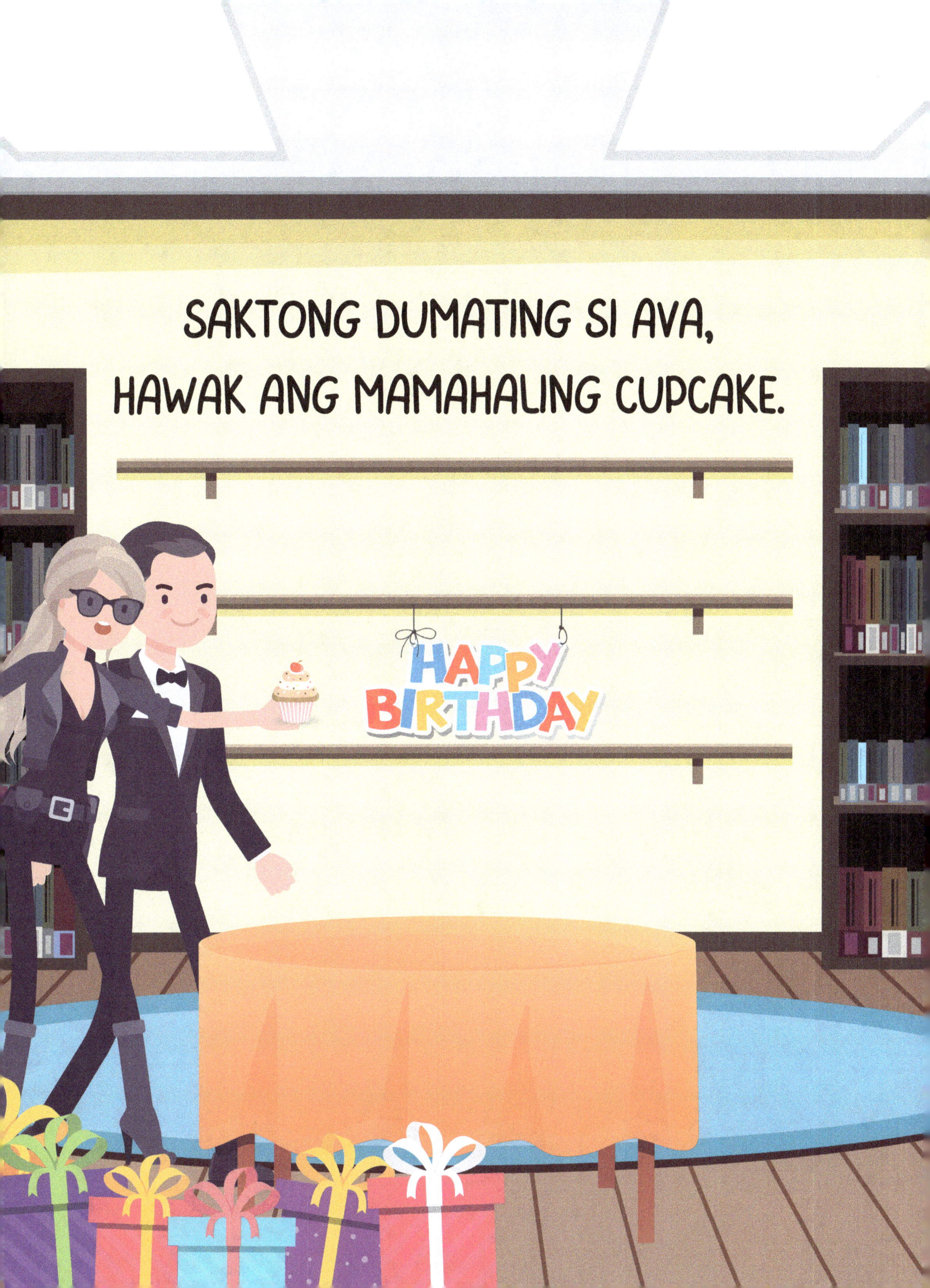

SAKTONG DUMATING SI AVA,
HAWAK ANG MAMAHALING CUPCAKE.
HAPPY BIRTHDAY

EVERYONE CHEERED AS AVA PLACED THE CUPCAKE ON THE TABLE.
HAPPY BIRTHDAY
HAPPY BIRTHDAY

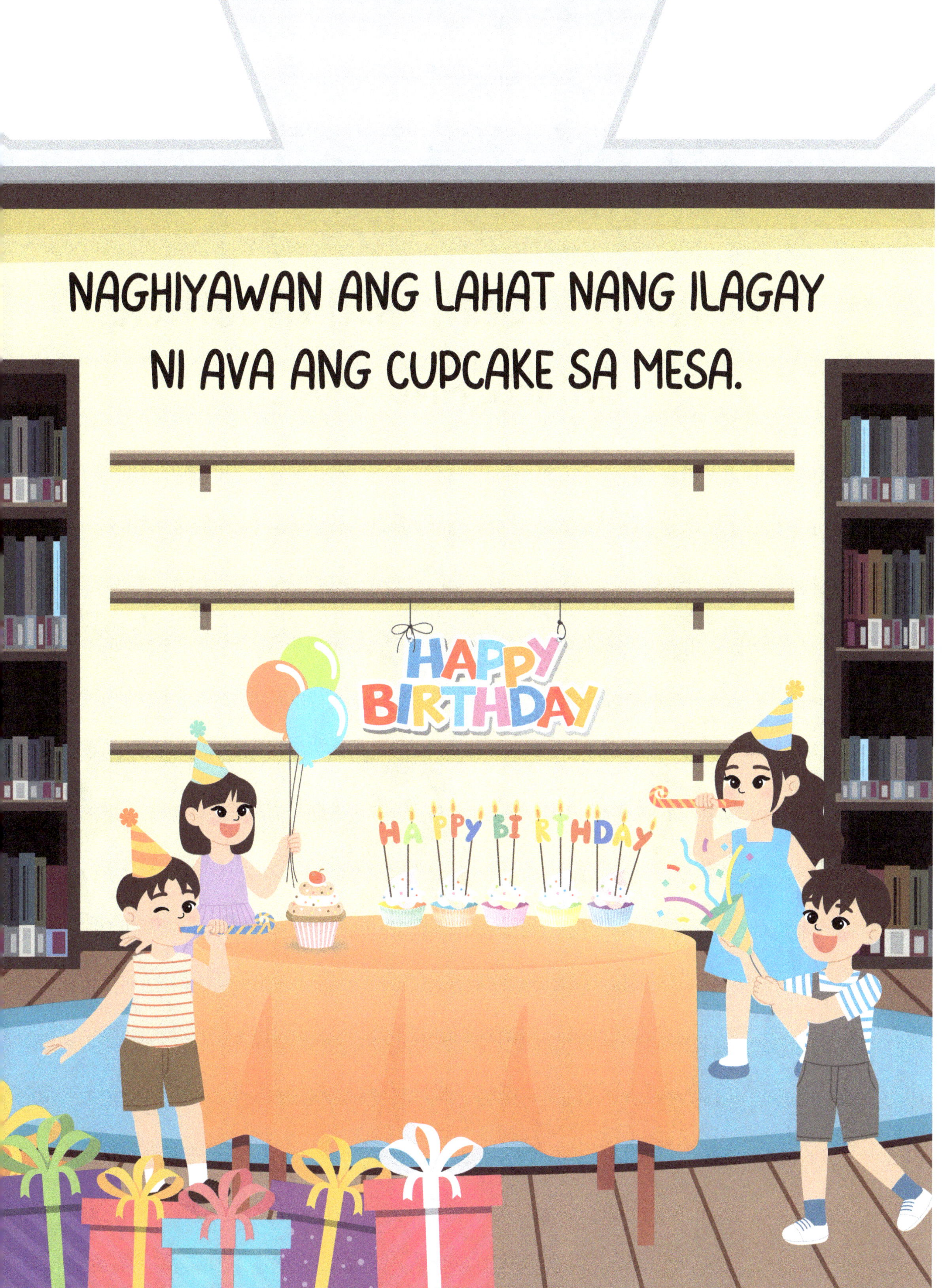

NAGHIYAWAN ANG LAHAT NANG ILAGAY
NI AVA ANG CUPCAKE SA MESA.
HAPPY BIRTHDAY
HAPPY BIRTHDAY

THE PARTY BEGAN, WITH LAUGHTER, GAMES, AND CAKE.
HAPPY BIRTHDAY

NAGSIMULA ANG PARTY, NA MAY
TAWANAN, LARO, AT CAKE.
HAPPY BIRTHDAY

INSIDE THE CUPCAKE, AVA FOUND A CLUE TO HER NEXT MISSION.
HAPPY BIRTHDAY

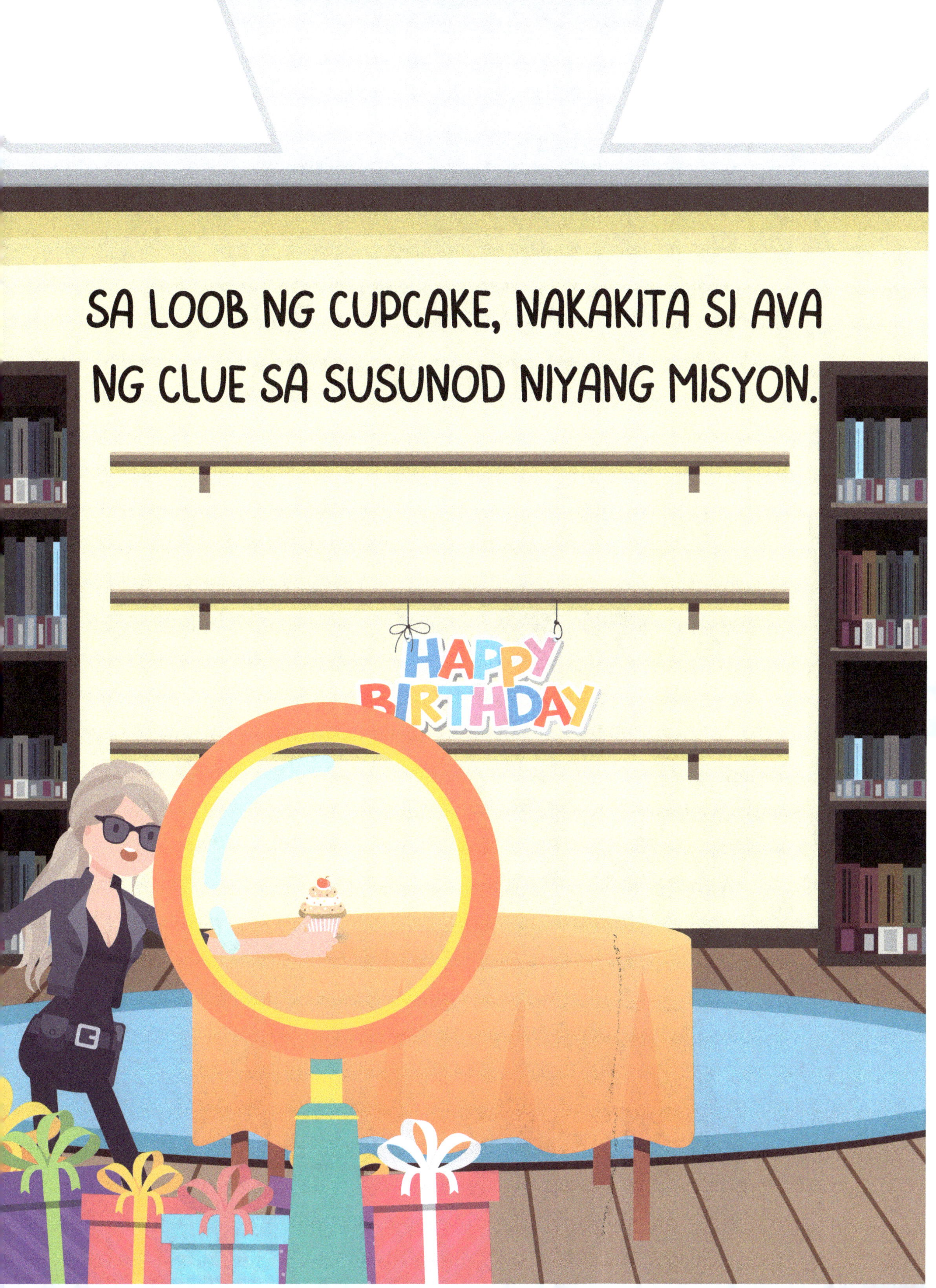

SA LOOB NG CUPCAKE, NAKAKITA SI AVA NG CLUE SA SUSUNOD NIYANG MISYON.
HAPPY BIRTHDAY

SHE SMILED, KNOWING ANOTHER ADVENTURE AWAITED.

NAPANGITI SIYA, ALAM NIYANG MAY NAGHIHINTAY NA NAMANG ADVENTURE.

ANOTHER MISSION COMPLETED, AGENT AVA SLEPT SOUNDLY, DREAMING OF THEIR NEXT ADVENTURE.

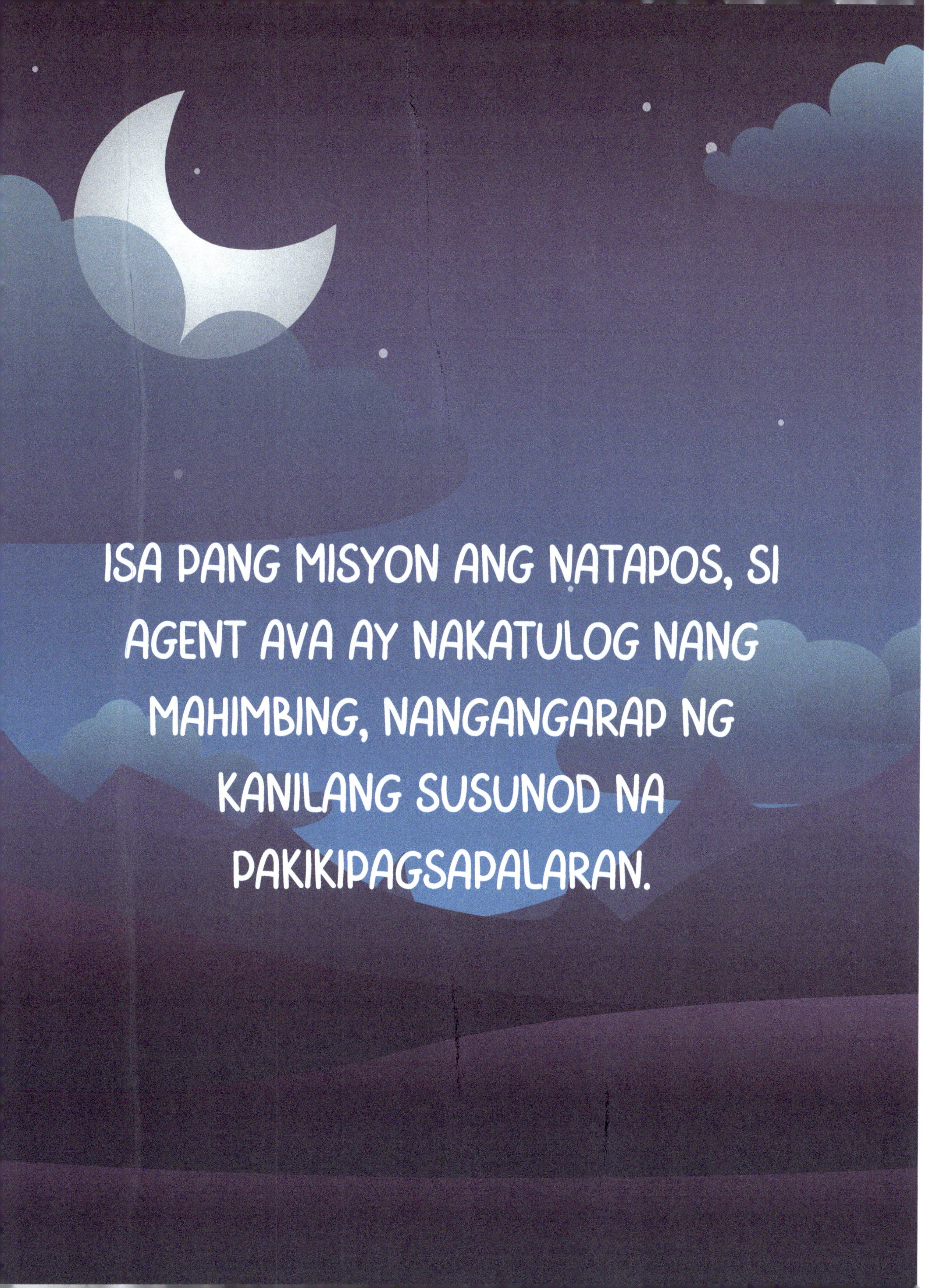

ISA PANG MISYON ANG NATAPOS, SI AGENT AVA AY NAKATULOG NANG MAHIMBING, NANGANGARAP NG KANILANG SUSUNOD NA PAKIKIPAGSAPALARAN.

THE END

ANG
KATAPU
SAN

Books By Schaaf

www.BookBySchaaf.com

Find us at: